ਸ਼ੇਰ
Lion

ਬਾਂਦਰ
Monkey

ਹਾਥੀ
Elephant

ਘੋੜਾ
Horse

ਗਾਂ
Cow

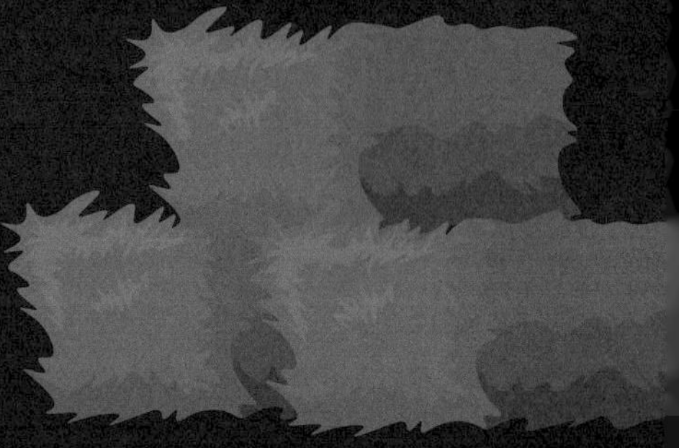

ਮਗਰਮੱਛ
Crocodile

ਭਾਲੂ
Bear

ਬੱਕਰੀ
Goat

ਬਾਘ
Tiger

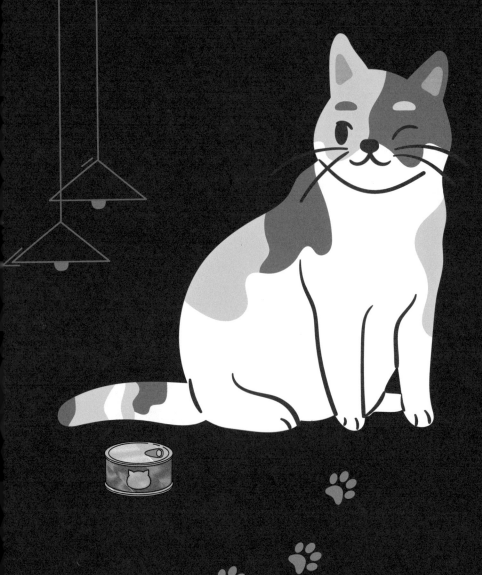

ਬਿੱਲੀ
Cat

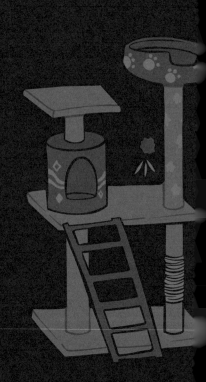

ਗਿਲਹਰੀ
Squirrel

ਕੱਛੂਆ
Tortoise

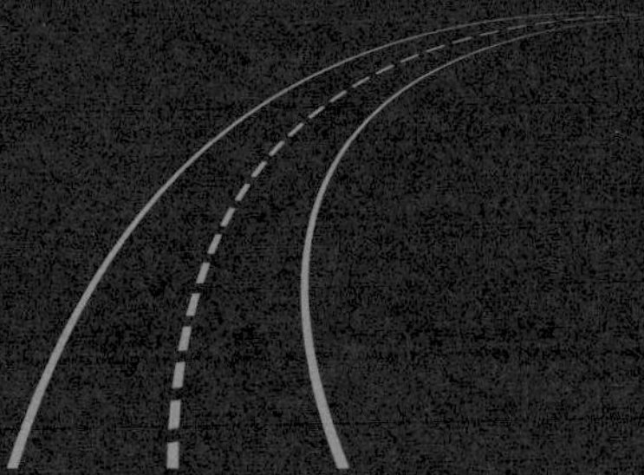

ਹਿਰਨ
Deer

ਸੂਰ
Pig

ਖ਼ਰਗੋਸ਼
Rabbit

ਮੱਕੜੀ
Spider

ਚਮਗਾਦੜ
Bat

ਕੁੱਤਾ
Dog

ਖੋਤਾ
Donkey

ਡੱਡੂ
Frog

ਮੱਛੀ
Fish

ਕਿਰਲੀ
Lizard

ਮੱਝ
Buffalo

ਗੈਂਡਾ
Rhinoceros

ਭੇਡ
Sheep

ਚੂਹਾ
Mouse

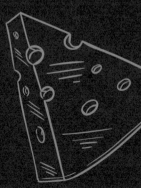

ਊਠ

Camel

ਸੱਪ
Snake

ਮੋਰ
Peacock

Made in United States
Troutdale, OR
01/26/2024

17185461R00019